SPEAK YORUBA

IN

24 HOURS

An Ideal Teach-Yourself Book for those Learning Yoruba as a 2nd Language

Adedamola Adedokun Olofa

Mo fi ìwé sọ orí àwọn akẹgbẹ mi méjì kan;

Afam Emelogu àti Augustine Awam Chidozie, ní ilé-ẹ̀kọ̀ Community Grammar School Kudeti (1987 Set)

.... ẹ ṣeun tí ẹ tì mi, fi ìbínú kọ́ èdè Yorùbá ní ọdún 1985

Speak Yoruba in 24 Hours© 2017 by Adedamola Adedokun Olofa. All Rights Reserved.

All rights reserved. No part of this book may be reproduced in any form or by any electronic or mechanical means including information storage and retrieval systems, without permission in writing from the author. The only exception is by a reviewer, who may quote short excerpts in a review.

Cover designed by Adedamola Adedokun Olofa + KDP Cover Templates

Adedamola Adedokun Olofa   First Printing: Aug 2004

+2347037528764; +2348056053020

olofaisrael@yahoo.com *olofaisrael@gmail.com*
Skype: adedamola_speak

Printed in the United States of America   for NORMS Publishers

Contents - Àkóónú

Table of Contents

About The Book 8

Preface 9

CHAPTER 1 – ORÍ KÌNÍ ÍN 10

THE YORUBA ALPHABETS – ÀWỌN ALÚFÁBẸ́Ẹ̀TÌ YORÙBÁ 10

    How to Pronounce the Alphabets: 10

    A   ah 10

    Yoruba Vowels - Awọn Fawẹli Yoruba 12

    Yoruba Consonants - Awọn Kọ́nsónántì Yoruba 12

        Forming Two-Letter Words – Kíkọ Àwọn Ọ̀rọ̀ Oní-Lẹ́tà Méjì. 12

    TONAL MARKS 13

        BRAINWORK 14

    NASAL VOWELS – ÀWỌN FÁWẸ̀LÌ ÀRÁNMÚPẸ̀ 14

        There are five nasal vowels, namely: 14

        BRAINWORK 15

    SINGULAR AND PLURAL – ẸYỌ ÀTI ỌPỌ̀ 16

CHAPTER 2 – ORÍ ÈKEJÌ 17

COUNTING – ÒǸKÀ 17

    Numeral .... Cardinals Ordinals   Frequency 17

        BRAINWORK 17

    Counting Of Items 18

        BRAINWORK: 18

    More On Numbers i.e. 11 to 20 19

        BRAINWORK 20

CHAPTER 3 – ORÍ KẸTA 22

GREETINGS -ÌKÍNI 22

Vocabularies	22
How to Greet:	23
To Bid someone 'Till Morning', 'Afternoon' etc	23
Other Greetings are:	24
BRAINWORK	25
More on Greetings:	25
Some Greetings and How to Respond to them:	26
DAYS OF THE WEEK – ÀWỌN ỌJỌ́ ỌṢẸ̀	27
MONTHS OF THE YEAR – ÀWỌN OṢÙ INÚ ỌDÚN	27
CHAPTER 4 - ORÍ KẸRIN	**28**
PARTS OF THE BODY – ÀWỌN ẸYÀ ARA	**28**
BRAINWORK	29
Expressing Feelings in Parts of the Body – Ìmọ̀lára	30
CHAPTER 5 – ORÍ KARÙN ÚN	**31**
PRONOUNS – ỌRỌ̀ ARỌ́PÒ-ORÚKỌ	**31**
Vocabulary	31
FORMS OF PRONOUNS can be:	32
i When Laying Emphasis on Person/s.	33
ii. Making a Negative Statement	33
Introducing Oneself/a Thing	33
BRAINWORK	34
Third Set of Pronouns	35
BRAINWORK	37
Pronouns as Objects in Sentences:	39
BRAINWORK	40
BRAINWORK	46
BRAINWORK - IṢẸ́ ỌPỌLỌ	49
Asking of Questions – [Interrogative Pronouns]	50

BRAINWORK – IṢẸ́ ỌPỌLỌ 53

　　　BRAINWORK - IṢẸ́ ỌPỌLỌ 55

　OTHER FORMS OF PRONOUNS 56

　　　BRAINWORK - IṢẸ́ ỌPỌLỌ 57

　Demonstrative Pronouns/Adjectives 58

　　　BRAINWORK - IṢẸ́ ỌPỌLỌ 59

CHAPTER 6 – ORÍ KẸFÀ 62

TENSES 62

　EXPRESSION OF "I WANT TO…"; "I WILL…" (FUTURE TENSE) 65

　　　IṢẸ́ ỌPỌLỌ 66

　'….will' – '….máa' 67

　　　IṢẸ́ ỌPỌLỌ 68

　Use of 'can' - 'lè' 69

　　　IṢẸ́ ỌPỌLỌ 69

　SIMPLE PRESENT TENSE 70

　　　IṢẸ́ ỌPỌLỌ 71

　SIMPLE PAST TENSE 72

　　　IṢẸ́ ỌPỌLỌ 73

　CONTINUOUS TENSE 74

　　　IṢẸ́ ỌPỌLỌ 75

　　　IṢẸ́ ỌPỌLỌ 76

　PERFECT/PARTICIPLE TENSE 77

　　　IṢẸ́ ỌPỌLỌ 78

　　　IṢẸ́ ỌPỌLỌ 80

CHAPTER 7 – ORÍ KEJE 82

PREPOSITION 82

　Vocabulary: 82

　Home - Ilé/Ìdíle 82

   Preposition 84
  Usage of Common Prepositions: 85
    IṢẸ́ ỌPỌLỌ 87
CHAPTER 8 – ORÍ KẸJỌ 90
CONJUNCTIONS 90
  Usage – Lílò 91
  Use of "Where", "What", "Which", "Why" and "How" As Conjunctions. 92
    IṢẸ́ ỌPỌLỌ 93
CHAPTER 9 – ORÍ KẸSÀN ÁN 95
ADJECTIVES – Ọ̀RỌ̀ AJÚWE 95
  Colours – Àwọn Àwọ̀ 97
  Feelings – Ìmọ̀lára 97
    IṢẸ́ ỌPỌLỌ 99
  More Usage of Adjectives – Lílò Ọ̀rọ̀-Ajúwe Síwájú sí i: 100
    IṢẸ́ ỌPỌLỌ 101
    IṢẸ́ ỌPỌLỌ 103
  HOW TO COMPARE TWO OR MORE THINGS 104
    IṢẸ́ ỌPỌLỌ 106
GLOSSARY 108
  Some Common Verbs – Ọ̀rọ̀-Ìṣe 108
  Prepositions 111
  Adjectives 112
  Adjective [contd.] Colour – Àwọ̀ 114
  Adjectives [contd.] Feelings – Ìmọ́lára 114
ABOUT THE AUTHOR 115

About The Book

This book is for the use of beginners who want to learn Yoruba and those who want to speak it as a second language (L2). The set of people that fall into this category are:

- Those who marry to Yoruba spouses
- Non-Yoruba students
- Yoruba children born abroad
- Those who have interest in speaking the language.

It is written in a Teach-Yourself format. It is highly interactive. A reader studies a lesson and tests himself through series of *"Brainwork"* provided in this book.

Preface

This book is written in a Teach-Yourself format. It is highly interactive. A reader studies a lesson and tests himself through series of *"Brainwork"* provided in the book.

> Because it is a book meant for beginners, some basic grammatical rules and orthography are adjusted to make learning easier for users. **This book is to be viewed as an introductory to learning Yoruba.**

> Also, the reader should note that words used in a chapter are built on preceding chapters for sequential learning. Hence, the lessons on preceding chapters help readers to understand those on subsequent ones.

The peculiar problem a learner of a new language faces is how to correctly pronounce new words. Being able to correctly pronounce new words encourages a learner to keep on. Therefore, **it is important to go through the use of tone marks** in the Chapter 1 of this book. With the knowledge of the tone marks, an audio assistance will only become a catalyst and not essentially a necessity.

CHAPTER 1 – ORÍ KÌNÍ ÍN

THE YORUBA ALPHABETS – ÀWỌN ALÚFÁBẸ́ẸTÌ YORÙBÁ

There are twenty – five (25) alphabets in Yoruba language. They are:

A B D E Ẹ F G GB H I J K L M N O Ọ P R S Ṣ T U W Y.

NOTE – Àkíyèsí:

Letters like, c, q, v, x and z are not among Yoruba alphabets.

How to Pronounce the Alphabets:

The Yoruba Alphabets	Similar Pronunciation In English
A	*ah*
B	*bee*
D	*dee*
E	*hay*
Ẹ	*air*
F	*fee*

G	*gee* (as in *go*)
GB	(has no English similarity)
H	*hee*
I	*ee*
J	*jee*
K	*key*
L	*lee*
M	*mee*
N	*nee*
O	*oh*
Ọ	*or*
P	*pee*
R	*ree*
S	*see*
Ṣ	*she*
T	*tea*
U	*ooh*
W	*wee*
Y	*yee*

Yoruba Vowels - Awọn Fawẹli Yoruba

Yoruba alphabets contains only seven (7) vowels, namely:

a e ẹ i o ọ u

a *(ah)* e *(hay)* ẹ *(air)* i *(ee)* o *(oh)* ọ *(or)* u *(ooh)*

In the same vein there are eighteen (18) consonants:

Yoruba Consonants - Awọn Kọ́nsónántì Yoruba

b d f g gb h j k l m n p r s ṣ t w y

Let's make some two letter words, using consonant + vowel.

Forming Two-Letter Words – Kíkọ Àwọn Ọ̀rọ̀ Oní-Lẹ́tà Méjì.

b = ba *(bah)* be*(bay)* bẹ *(bair)* bi *(bee)* bo *(boh)* bọ*(bor)* bu*(boo)*

d = da *(dah)* de*(day)* dẹ *(dair)* di *(dee)* do *(doh)* dọ*(dor)* du*(boo)*

f = fa *(fah)* fe*(fay)* fẹ *(fair)* fi *(fee)* fo *(foh)* fọ*(for)* fu*(foo)* g = ga *(gah)* ge*(gay)* gẹ *(gair)* gi *(gee)* go *(go)* gọ*(gor)* gu*(goo)*

h = ha *(hah)* he*(hay)* hẹ *(hair)* hi *(hee)* ho *(hoh)* họ*(hor)* hu*(hoo)*

wa *(wah)* we*(way)* wẹ *(wair)* wi *(wee)* wo *(woh)* wọ*(wor)*

wu*(woo)*

ETC

By yourself, form more of these two-letter words with the remaining consonants; gb, j, k, l, m, etc

TONAL MARKS

The tone marks adopted to help in pronouncing Yoruba words are the first three musical notes;

'do'   're'   'mi'

"*do*" is the low tone. The sign representing this is (`)

"*re*" is the medium tone. It has no sign representation

"*mi*" is the high tone. The sign representing this is (´)

***These tone marks are strictly placed on Yoruba vowels, except in few instances they are used on letter 'n'.**

For instance, try to call these common words below. Let the tones in the brackets above guide you. Pronounce the corresponding tone mark before pronouncing the word.

BRAINWORK

WORD	TONE	
(i). Come – wá	*'mi'*	wá
(ii). Child – ọmọ	*'re re'*	ọmọ
(iii). A name – Adé	*'re mi'*	Adé
(iv). Cooked garri – ẹ̀bà	*'do do'*	ẹ̀bà

NASAL VOWELS – ÀWỌN FÁWẸ̀LÌ ÀRÁNMÚPÈ

There are five nasal vowels, namely:

an, ẹn, in, ọn, un

The Nasals		How to Pronounce
i. -an	e.g. san – *to pay*	is pronounced 'sun'
ii. -ẹn	e.g. yẹn – *that*	is pronounced (Japanese) 'Yen'
iii. -in	e.g. dín – *to fry*	is pronounced as 'dean'
iv. -ọn	e.g. pọ́n – *to be ripe*	is pronounced the same as 'an' in (i) above..
v. -un	e.g. fún – *to give*	is pronounced as 'foon' and not as 'fun'

BRAINWORK

Now try and pronounce the words below.

1. rán – *to sew*;   yán – *to yawn*; ọsàn – *orange*
2. yẹn – *that*   hẹn - *yes*
3. pín – *to divide*; sín – *to sneeze*   rìn – *to walk*
4. fọn – *to blow [a trumpet]*;   pọ́n – *to be ripe*
   èfọn – *mosquito*
5. sùn – *to sleep*; sún – *to shift*;   sun – *to burn*

6.　Ọsàn yẹn - *That orange.*

SINGULAR AND PLURAL – ẸYỌ ÀTI ỌPỌ̀

The article *'àwọn'* is used to express plurality of Yoruba nouns.

For instance:

Ẹyọ	Ọ̀pọ̀
ọsàn – orange	àwọn ọsàn - oranges
ẹ̀fọn – mosquito	àwọn ẹ̀fọn - mosquitoes
ọmọ - child	àwọn ọmọ - children
ilé – house	àwọn ilé - houses
ènìyàn – person	àwọn ènìyàn – persons/people

CHAPTER 2 – ORÍ ÈKEJÌ

COUNTING – ÒŃKÀ

Numeral	Cardinals	Ordinals	Frequency
1	òkan/ení	1st – èkíní	once – èèkan
2	méjì	2nd – èkejì	twice – èèmejí
3	mẹ́ta	3rd – èkẹta	thrice – èèmẹta
4	mẹ́rin	4th – èkẹrin	4x – èèmẹrin
5	márùn ún	5th – èkarùn ún	5x – èèmarùn ún
6	mẹ́fà	6th – èkẹfà	6x – èèmẹfà
7	méje	7th – èkeje	7x – èèmeje
8	mẹ́jọ	8th – èkẹjọ	8x – èèmẹejọ
9	mẹ́sán án	9th – èkẹsàn án	9x – èèmẹsàn án
10	mẹ́wàá	10th – èkẹwàá	10x – èèmẹwàá

BRAINWORK

E.g. *First orange* – ọsàn èkíní [*not* èkíní ọsàn]

Three children – àwọn ọmọ mẹ́ta [*not* àwọn mẹ́ta ọmọ]

Now try this:

1 The fifth orange   - -------------
2 The ninth child -   -------------
3 -------------------   - ọmọ ẹkẹta
4 -------------------   - ọsàn ẹkẹrin

Counting Of Items

NOTE: From here, we will start to use the contracted form of *'ọkan'* = 1 as *'kan'*

For Example – Fún Àpẹẹrẹ:

i   One orange = ọsàn òkan. (ọsàn kan)

ii Two children = àwọn ọmọ méjì

iii Ten houses = àwọn ilé mẹ́wàá

iv Four people – àwọn ènìyàn mẹ́rin

v   Sixth person – ènìyàn ẹkẹfà

BRAINWORK:

1. One child - -------------------------
2. Ten people - -------------------------
3. -------------------------- - àwọn ilé méjọ.
4. -------------------------- àwọn ènìyàn màrún ún

5. Seven children - --------------------------

6. -------------------------- - àwọn ọsàn méjọ.

More On Numbers i.e. 11 to 20

Numbers from 11 to 14 shall be done first. The secret is to just add *'lá'* at the end of 'ọ̀kan' 'méjì' etc

That is:

1 – ọ̀kan	11 – mọ̀kànlá	11th – ẹ̀kọkànlá
2 – méjì	12 – méjìlá	12th – èkejìlá
3 – mẹ́ta	13 – mẹ́tàlá	13th – ẹ̀kẹtàlá
4 – mẹ́rin	14 – mẹ́rìnlá	14th – ẹ̀kẹrìnlá

Numbers 15 to 20 requires a little subtraction to understand.

For instance:

5 less from 20 = 15

while

4 less from 20 = 16   ETC

Therefore, let's start counting in the same way:

15 = màrúndínlógún *i.e. 5(márùn ún) less from (din) 20 (ogun)*

16 = mẹ́rìndínlógún   *i.e. (4 less from 20)*

17 = mẹ́tàdínlógún *i.e. (3 less from 20)*

18 = méjìdínlógún *i.e. (2 less from 20)*

> **Note – Àkíyèsí:**
> "less from" means *"dín"* in Yorùbá, while "20" is *"ogún"*.

19 = mọ́kàndínlógún   *i.e. (1 less from 20)*

20 = ogún

We shall stop counting for now.

BRAINWORK

1. Count 1 to 20 in Yorùbá, at a stretch, orally,
2. Write down 1 – ọ̀kan to 20 – ogún, in Yorùbá, by heart.
3. Sixteen children – ọmọ _____
4. _____ – àwọn ọsán méjìlá

5. Eighteen houses – _____

6. _____ – àwọn ọmọ marundinlogun

7. Seventeen people – _____

8. Seventeenth person – _____

9. 3 oranges – _____

10. _____ – èfọn mẹ́fà

CHAPTER 3 – ORÍ KẸTA

GREETINGS -ÌKÍNI

Vocabularies

    day – ọjọ́

    morning – àárọ̀

    afternoon – ọ̀sán

    evening – alẹ́

    sunset – ìrọ̀lẹ́

    return – àbọ̀

    work/job – iṣẹ́

    tomorrow – ọ̀la

    today – òní

    yesterday – àná

    be watchful/sorry/take heart – pẹ̀lẹ́

    week – ọ̀sẹ̀

    month – oṣù

    year – ọdún

    time – àsìkò, àkókò

    period/season – ìgbà

How to Greet:

    'Good' is taken to be 'Ẹ kú'

Therefore:

    Good + morning = Ẹ kú + àárọ̀

Similarly,

    Thanks [for] + yesterday = Ẹ ṣé + àná

And so;

    Good morning – Ẹ kú àárọ̀

    Good afternoon – Ẹ kú ọ̀sán

    Good return – Ẹ kú àbọ̀   [i.e. Welcome]

    Good afternoon – Ẹ kú ọ̀sán

To Bid someone 'Till Morning', 'Afternoon' etc

'Till' is translated as 'Ó dà .....'

So,

    Till + tomorrow – Ó dà + ọ̀la

    Till tomorrow – Ó dà ọ̀la

    Till + afternoon = Ó dà + ọ̀sán

Till afternoon = Ó dà ọsán

Hence,

    Till tomorrow – Ó dà ọla

    Till sunset – Ó dà ìrọ̀lẹ́

    Till morning – Ó dà àárọ̀   [i.e. Good night]

Till you return – Ó dà àbọ̀.   [i.e. Good bye]

Other Greetings are:

Sorry/ It is a pity - Pẹ̀lẹ́

Thank you - O ṣé

Thanks [for] yesterday - O ṣé àná

It's quite a long time – Ẹ kú ọjọ́ mẹ́ta [Literally, this means, *'it's been some three days'*]

BRAINWORK

1. Good evening - ------------------------------
2. Good return (Welcome) - ---------------------------
3. Good job (Well-done) ------------------------------
4. --------------------------------- - Ò dà ọsán
5. ---------------------------------- - Ẹ kú ọjọ́ mẹ́ta
6. --------------------------------- - Ò dà alẹ́
7. Thanks - -----------------
8. ------------------------------ - Ọdún mẹ́fà
9. One week - ------------------------------
10. The fourth month - ------------------------------

More on Greetings:

How is it? - *Báwo* ni / *Ṣé dáradára* ni?

How is work? = *Báwo* ni iṣẹ́?

Some Greetings and How to Respond to them:

NOTE – Àkíyèsí:

For greetings referring to times of the day, you will respond to 'Ẹ kú' and 'Ó dà' forms of greetings by saying back the greetings that is said to you.

For instance;

Greetings – Ìkíni	Response – Ìdáhùn
Ẹ kú àárọ̀ – Good morning	Ẹ kú àárọ̀
Ó dà ọla – Till tomorrow	Ó dà ọla

Also,

'Ẹ kú ilé' is the response to 'Ẹ kú àbọ̀'

But for those of 'How is……?' – 'Báwo ni'; 'A dúpẹ́' is the ideal response.

For instance;

Ìkíni	Ìdáhùn
How is it? - Bawo ni/Ṣe dáradára ni?	A dúpẹ́
How is work? = Báwo ni iṣẹ́?	A dúpẹ́

ETC

DAYS OF THE WEEK – ÀWỌN ỌJỌ́ ỌṢẸ̀

Sunday – Ọjọ́-Àìkú/Ìsinmi

Monday – Ọjọ́-Ajé

Tuesday – Ọjọ́-Ìṣẹ́gun

Wednesday – Ọjọ́-Rú

Thursday – Ọjọ́-Bọ

Friday – Ọjọ́-Ẹtì

Saturday – Ọjọ́-Àbámẹ́ta

MONTHS OF THE YEAR – ÀWỌN OṢÙ INÚ ỌDÚN

January – Sẹẹrẹ	July – Agẹmọ
February – Èrèlé	August – Ògún
March – Ẹrẹ́nà	September – Owewe
April – Igbe	October – Ọ̀wàrà
May – Èbìbí	November – Bélú
June – Òkúdù	December – Ọ̀pẹ

CHAPTER 4 - ORÍ KẸRIN

PARTS OF THE BODY – ÀWỌN Ẹ̀YÀ ARA

hair – irun
forehead – iwájú-orí
nose – imú
neck – ọrùn
shoulder – èjìká
chest – àyà

stomach – ikùn

  wrist – ọrùn-ọwọ́

finger – ìka-ọwọ́

   thigh – itan

     knee – orúnkún
     shin – ojùgun
     toe – ìka-ẹsẹ̀
       head -orí

       eye – ojú

       ear – etí

       mouth – ẹnu   lip - ètè

       tongue – ahọ́n   teeth – eyín

chin – àgbọ̀n

arm - apá

hand - ọwọ́

back - ẹ̀yìn

leg - ẹsẹ̀

buttock – ìdí

BRAINWORK

1. One head – --
2. -------------------------- – Ojú méjì
3. The third finger – ìka-ọwọ́ – -----------
4. Teeth – ----------------
5. Stomach – ---------------------------
6. ---------------- – ẹ̀hìn
7. Forehead – ---------------------------
8. ---------------------- – ẹnu
9. The second ear – ------------------
10. One leg – -----------------
11. ------------------ – ìka-ẹsẹ̀ mẹ́wàá

Expressing Feelings in Parts of the Body – Ìmọ̀lára

1. My head aches/I have headache – Orí n fọ mi.
2. My ear aches – Etí n ro mi
3. She had toothache – Eyín n ro ó.
4. They have back pain – Ẹ̀yìn n dùn wọ́n
5. They are happy – Inú wọn dùn
6. He had stomach-ache – Inú n ro ó

CHAPTER 5 – ORÍ KARÙN ÚN
PRONOUNS – Ọ̀RỌ̀ ARÓPÒ-ORÚKỌ

Vocabulary

come - wá

eat - jẹ/jẹun

know - mọ̀

write – kọ; kọ̀wé

read – kà; kàwé

clap – pàtẹ́wọ́

bring - mú....wá

to leave - fi......sílẹ̀

sleep - sùn

> **Note:**
> 'mú....wá' and 'fi......sílẹ̀' are example of split verb in Yoruba.

Pronouns are words used instead of a noun.

E.g. (i) <u>Charles</u> comes - <u>He</u> comes

(ii) <u>Charles</u> wá – <u>Ó</u> wá.

'Ó' is used instead of *'Charles'*

> **Àkíyèsí:**
> 'Ó' is used as the pronoun for *He. She* or *It*

Therefore,

    'Ó' is a pronoun.

FORMS OF PRONOUNS can be:

Below are the first sets of pronoun:

	Pronoun	**Usage**
(i)	I – Mo	e.g. I sleep - Mo sùn
(ii)	You - O	e.g. You sleep - O sùn
(iii)	He/She/It – Ó	e.g. He/She/It sleep - Ó sùn
IV)	They – Wọn	e.g. They sleep - Wọn sùn
(v)	We – A	e.g. We sleep - A sùn
(IV)	You (plural) - Ẹ	e.g. You sleep - Ẹ sùn.

The second sets of pronoun are still on the use of *I, you, he, she, it* and *they* etc. They can take other forms when:

i When Laying Emphasis on Person/s.

For instance:

    I am – Èmi ni

    You are - Ìwọ ni.

    They are - Àwọn ni

    We are - Àwa ni

    She/He - Òun ni

    You {plural} are - Ẹ̀yin ni

    It is Meg – Mẹgi ni

ii. Making a Negative Statement

    I am not or - Èmi kọ́.

    You are not *or* It is not you – Ìwọ kọ́.

    They are not *or* It is not they – Àwọn kọ́.

    Bonnke is not *or* It is not Bonnke – Bonnke kọ́.

Introducing Oneself/a Thing

E.g. I am Francis - Èmi ni Francis

I am not Gerald - Èmi kọ́ ni Gerald.

He is not Usman - Òun kọ́ ni Usman

We are Chinwe and Silvia – Àwa ni Chinwe àti Silvia.

ETC

In summary, these pronouns have two forms each:

I - Mo or Èmi

You - O or Ìwọ

They - Wọn or Àwọn

We - A or Àwa

He/She/It - Ò or Òun

You [pl.] = Ẹ, or Ẹ̀yin

Èmi, Ìwọ, Àwọn, Àwa, Òun, Ẹ̀yin are also known as Pronominals.

BRAINWORK

1. It is they – ……………
2. Ìwo kọ́ ni Tunde – ………………

3. Àwa ni, ìwọ kọ́ – ....

4. They are Liverpool FC – ....

5. We are not Chinwe and Silvia – ....

6. I am not Sola – ....

7. It is not Ghana – ....

8. It is not Physics, it is Chemistry – ....

9. I am Auwa Ahmed – ....

Third Set of Pronouns are:

my - mi	our - wa
your - rẹ	their - wọn
his/her - rẹ̀	your [*plural*] - yín

LÍLÒ

My book - Ìwé mi   [not *mi ìwé*]

Not my book - Ìwé mi kọ́

NOTE:

"not" = kọ́

"do not/does not/did not" = kò

Your chair - Àga rẹ.

Not your chair - Àga rẹ kọ́

His/Her chair - Àga rẹ̀

Their house - Ilé wọn

Our teacher - Olùkọ́ wa

Not our teacher - Olùkọ́ wa kọ́

Your [pl.] teacher - Olùkọ́ yín

BRAINWORK

1. olùkọ́ mi - ……………
2. olùkọ́ mi kọ́ - ……………
3. our house - ……………..
4. orí mi - ….. head
5. ọmọ rẹ̀ - her ……………
6. their chair - …………………
7. our book - …………………..
8. ilé yín - …………………
9. àga rẹ - …………………….
10. ọmọ rẹ̀ kọ́ - ……. her child

In forming fairly long sentences, the first set and the third set of the pronouns can be combined and used as below:

We know - A mọ̀

We *do not* know - Àwa *kò* mọ̀.

I see my book - Mo rí ìwé mi

They see your chair - Wọn rí àga rẹ

He enters his house - Ó wọ̀ ilé rẹ̀

He *does not* enter his house - Òun *kò* wọ̀ ilé rẹ̀

She enters her house - O wọ̀ ilé rẹ̀

They see their house - Wọn rí ile wọn.

We greet our teacher - A kí olùkọ́ wa.

We *do not* greet our teacher - Àwa *kò* kí olùkọ́ wa

You all see your teacher - Ẹ rí olùkọ́ yín

You do not see your teacher - Ẹ̀yin kò rí olùkọ́ yín .

It enters our house – Ó wọ̀ ilé wa

It does not enter our house – Òun kò wọ̀ ilé wa

Pronouns as Objects in Sentences:

E.g. *me, them, us, you, him, her, it,* etc

The sentence;

I saw Francis and Louis.

Can be rewritten as:

I saw them

'them' is the object of the sentence *'I saw them'*

I saw them = Mo rí wọn.

"wọn" is the object in the sentence, *'Mo rí wọn'*

as

"them" is the object of the sentence, *'I saw them'*

All the pronouns in this category are:

    me - mi

    them - wọn

    us - wa

    you - ọ

    yín – you [*plural*] i.e. 'you both' or 'you all'

We see *them* - A rí wọn.

We do not see _them_ - Àwa kò rí _wọn_.

He knows _me_ - Ó mọ̀ _mi_.

I know _you [all]_ – Mo mọ̀ _yín_.

I do not know _you_ all - Èmi kò mọ̀ _yín_.

They see _you_ - Wọn rí _ọ_.

They do not see _you_ - Awọn kò rí _ọ_

Leave _me_ - Fi _mi_ sílẹ̀

Do not leave _me_ - Má fi _mi_ sílẹ̀

Bring _them_ - Mú _wọn_ wá

Do not bring _them_ - Má mú _wọn_ wá

> 'Fi...sílẹ̀' and 'Mú...wá are examples of split verbs in Yoruba.

BRAINWORK

1. Jackson saw them – Jackson rí ....
2. We know you [all] - A mọ̀ ....
3. We do not know them – Àwa kò mọ̀ ....
4. Tami greeted us – Tami kí ....

5. You do not know me - Ìwọ kò ………….

6. Leave us – Fi …… sílẹ̀

7. Má fi *mi* sílẹ̀ - ………………………

8. I do not see you - Èmi ……………………………..

The object pronouns; *him, her* or *it*, are treated differently.

It has two forms namely:

  i. *him/her/it = rẹ̀*

"*rẹ̀*" is used for **non-two letter verbs:**

  ii. *him/her/it = duplicating the vowel that ends a **two-letter Yoruba verb** that comes before a pronoun:*

  I. *him/her/it = rẹ̀*

"*rẹ̀*" is used for **non-two letter verbs:**

Examples of such verbs are:

To enjoy – gbádùn	e.g. *enjoy him – gbádùn rẹ̀*
To overcome – borí	e.g. *overcome it – borí rẹ̀*
To love - fẹ́ràn	e.g. *love her - fẹ́ràn rẹ̀*
To hate – kórìíra	e.g. *hate him – kórìíra rẹ̀*
To speak [of] – sọ̀rọ̀	e.g. *speak [of] him - sọ̀rọ̀ rẹ̀*

To envy – ṣèlara   ETC.

To pursue – lépa

To announce – kéde

For instance:

    Femi enjoys *Indomie* – Fémi gbádùn *Indomie.*

    Femi enjoys *it* – Fémi gbádùn *rẹ̀.*

    Stephanie hates him – Stephanie kòrira rẹ̀

    We spoke of her – A sọ̀rọ̀ rẹ̀.

    Vishwas loves her – Vishwas fẹ́ràn rẹ̀

Usage:

    Sandra enjoys *him* – Sandra gbádùn *rẹ̀*

    Jemilat overcame *it* – Jẹmilatu borí *rẹ̀*

    You all love *her* – Ẹ fẹ́ràn *rẹ̀*

    Akin did not speak of him – Akin kò *sọ̀rọ̀ rẹ̀*

    Don't envy her – Má ṣèlara *rẹ̀*   ETC

II. him/her/it = duplicating the vowel that ends a "two-letter Yoruba verb" that comes before a pronoun:

Examples of such verbs are:

To like [want] – fẹ́	e.g. *like [want] it – fẹ́ ẹ*
To eat – jẹ/jẹun	e.g. *eat it – jẹ ẹ*
To drink – mu	e.g. *drink it – mu u*
To bring – mú …… wá	e.g. *bring her – mú u wá*
To kill – pa	e.g. *kill him – pa a*
To see – rí	e.g. *see him – rí i*
To know – mọ̀	e.g. *know it – mọ̀ ọ*
To write – kọ	e.g. *write it – kọ ọ*
To carry – gbè	e.g. *carry her – gbè e*
To collect – gbà	e.g. *collect it – gbà a*
To use – lò	
To do – ṣe	
To sell – tà	
To buy - rà	

ETC

For instance:

    She wants [likes] *Indomie* - Ò fẹ́ *Indomie.*

    She wants [likes] *it* - Ò fẹ́ *ẹ*

    She doesn't want [like] *it* – Òun kò fẹ́ *ẹ*

    Bashir saw *`Laide* – Bashir rí *`Laide.*

    Bashir saw *him* - Bashir rí *i.*

    They know *Sharon* - Wọn mọ̀ *Sharon.*

    They know *her* – Wọn mọ̀ *ọ.*

    Leave *Bingo* - Fi *Bingo* sílẹ̀

    Leave *it* - Fi *i* sílẹ̀

    Don't leave *it* - Má fi *i* sílẹ̀

    Come and do it – Wá, ṣe e

Go and carry *it* - Lọ gbé *e*

He brings *Bingo* - Ò mú *Bingo* wa

He brings *it* - Ò mú *u* wa

He does not bring *it* - Òun kò mú *u* wá

Don't bring *it* - Má mú *u* wa

They cooked *it* - Wọn ṣè *e*.

They did not cook *it* - Àwọn ko ṣè *e*.

Cook *it* – Ṣè *é*

Don't cook *it* – Má ṣè *e*.

Look at *it* - Wò *o*

Don't look at *it* - Má wò *o*

You did not look at *it* - Ìwọ kò wò *o*.

Use it - Lò o

Give her – Fún un

Don't give her – Má fún un

BRAINWORK

Fill in the gaps below:

1. It is you – -----------------------------
2. My teacher – ---------------------------
3. ---------------------------- - Mo mọ̀
4. Their chair – ---------------------------
5. His father – ------------------------------
6. Your teacher – -------------------------------
7. ------------------------------------- – Ilé wa
8. He sees it – -------------------------------
9. Look at her – ---------------------------------
10. Our teacher knows it – --------------------------------------
11. Amaka enters their house – ---
12. We greet our father – --
13. Leave us - ---------------------------------
14. Don't leave us - -----------------------
15. Ìwọ kò mọ̀ ọ́ - -------------------------
16. Má ṣè e - ------------------
17. Àwọn ko ṣè e - -----------------------
18. ----------------------- - Fi wọn sílẹ̀.
19. Don't leave it – ………………………………

20. We did not see it - ....

21. Mo fẹ́ ẹ - ....

22. Don't use him - ....

23. Come and carry *it* - ....

Remember the Third Set of Pronoun namely:

my – mi

your - rẹ

his/her/it – rẹ̀ *or* duplicate the vowel that ends
non-two letter verbs.

our - wa

their - wọn

your - yín

> **Remember:**
> It is I – Èmi ni
> It is you - Ìwọ ni.
> It is they - Àwọn

Hence Possessive Pronouns are:

mine – témi

yours - tìrẹ

his/ hers/its - tirẹ̀

ours - tiwa

theirs - tiwọn

yours {pl.} - tiyín

Usage – Lilo:

1. It is <u>mine</u> – <u>Tèmi</u> ni
2. It is not mine – Tèmi kọ́
3. That book is yours – Ìwé yẹn tirẹ ni
4. That book is not yours – Ìwé yẹn tirẹ kọ́
5. That is yours - Tirẹ ni yẹn
6. That is his – Tirẹ̀ ni yẹn
7. This is his - Tirẹ̀ ni yìí
8. Ours is ours – Tiwa ni tiwa
9. *Those are* hers - Tirẹ̀ ni *awọn yẹn*
10. *These are* hers – Tirẹ̀ ni *àwọn yìí*
11. *Those oranges* are hers - Tirẹ̀ ni *awọn ọsàn yẹn*
12. *Those oranges* are <u>not</u> hers - Tirẹ̀ <u>kọ</u> ni *awọn ọsàn yẹn*
13. This school is yours [pl.] – Tiyín ni ilé ìwé yìí
14. Look at it, it's ours – Wò o, tiwa ni

BRAINWORK - IṢẸ́ ỌPỌLỌ

1. This book is mine - ------------------------------------
2. It is not yours - --------------------------------------
3. Those are his - --
4. Mo rí i, tirẹ̀ ni – I see it, -----------------------
5. It is theirs – --
6. Wò o, tiwa kọ́ – --
7. This child is his – -------------------------------------
8. That house is not ours – ----------------------------
9. They saw it, it is not mine – -------------------------
10. Leave me, it is not yours – -------------------------
11. Ọmọ wa, tiwa ni – Our child ----------------------
12. It is mine, use it – ---------------------------
13. Tèmi ni yẹn - ………………………………..
14. Tiwa ni, mú u wá - ………………………………
15. Tirẹ̀ ni ọsàn yẹn - ………………………………..
16. These are his – ………………………………

Asking of Questions – [Interrogative Pronouns]

These are pronouns used to ask questions or are used instead of a noun. E.g. *Who, Whose, Which, What, Do/Does, How,* etc.

What - Kíni

Who? –Tani?

Whose? – Titani?

Where? – Nibo?

Why? - Kíni ìdí/Nítorí kíni?

When? – Nígbàwo?

How? – Báwo?

Do/Does/Did - Ṣé

Let's now treat them deeper:

A. When? - Nigbàwo?

When is it? - Nigbàwo ni?

When do you sleep? - Nigbàwo ni o sùn?

B Where? – Níbo?

Where *is it/he/she*? - Níbo ni *ó wà*?

Where *am I* - Níbo ni *mo wà*?

Where *are you*? - Níbo ni *o wà*?

Where is your book? - Níbo ni ìwé rẹ wà?

Where *are they living*? - Níbo ni *wọn n gbé*?

Where *are they sleeping*? - Níbo ni *wọn n sùn*?

C What? - Kíni?

What is that? - Kíni yẹn?

What is your name? - Kíni oruko rẹ?

What do you want? – Kíni o fẹ́?

What happened? - Kini o ṣẹlẹ̀?

> *"Which+noun"* takes the format:
>
> *"noun+Èwo"* in Yoruba.
>
> For instance:
>
> Which name = orúkọ èwo?

D Which? - Èwo?

Which is ours? – Èwo ni tiwa?

Which does he want – Èwo ni ó fẹ́?

Which cloth? – Aṣọ èwo?

Which cloth do you want? – Aṣọ èwo ni o fẹ́?

E. How? - Báwo

How is it? – Báwo ni?

How is mine? – Báwo ni tèmi?

How about mine? – Báwo ni tèmi?

How is her health? – Báwo ni àlàáfíà rẹ̀?

N.B.

'How many' means *'Mélòó ni?'*

While

'How much?' is translated as *'Èló ni?'*

Fún Àpẹẹrẹ: How many books? - Àwọn ìwé mélòó ni?

How much food? - Oúnjẹ èló ni?

How much is mine? - Èló ni tèmi?

How many are mine? – Mélòó ni tèmi?

F. Do/Does/Did - Ṣé

Do you know? - Ṣé o mọ̀?

Do they come? - Ṣé wọn wá?

Does he want? - Ṣé ó fẹ́?

BRAINWORK – IṢẸ́ ỌPỌLỌ

1. Nigbàwo ni o sùn - _____
2. Nigbàwo ni o lọ ilé-ìwé - _____
3. Níbo ni *wọn wà*? - _____
4. Where *are you going*? - _____
5. Kíni yìí? - _____
6. What does he want? – Kíni ___ fẹ́?
7. Which is his? - _____tirẹ̀?
8. Ọmọ èwo? - _____
9. Which food do you all want? - Oúnjẹ èwo ni __ fẹ́?
10. How is her school? - _____
11. Báwo ni tiwa? - _____
12. How many houses – _____
13. Mélòó ni tìrẹ̀? - _____
14. Does she know? - _____
15. Ṣé tèmi ni? - _____

16.   Did you eat? - _____

We can now continue with the remaining

    F.   **Why? - Nítorí kini?**

    N.B.

    'Why' means *'because of what'*,

Hence,

    Why? = Nítorí kíni?

    Why is *that*? = Nítorí kíni yẹn?

    Why are *these*? = Nítorí kíni àwọn yìí?

    Why are *those*? = Nítorí kíni àwọn yẹn?

    G.   **Who? – Tani?**

    Who is this – Tani yìí?

Who are these? – Tani àwọn yìí?

Who knows? – Tani ó mọ̀?

Who does not know? – Tani kò mọ̀

Who is going? – Tani ó nlọ?

H.   **Whose? – Titani?**

Whose is it? – Titani?

Whose is that? – Titani yẹn?

Whose house is that? – Titani ilé yẹn?

BRAINWORK - IṢẸ́ ỌPỌLỌ

Fill in the gaps below:

1. Who is that? - ------------------------------
2. Who is Kemi? - ----------------------------
3. Whose book is that? - --------------------------------
4. Where are you going? - -----------------------------------
5. ------------------------------ - Níbo ni a n lọ?
6. Kíni wọn fẹ́? - ……………………
7. What is my name? - ----------------------?
8. -------------------------? - Kíni ó rí?
9. -----------------------? - Kíni a fẹ́?
10. Which is mine? - --------------------------- ?
11. ------------------------? - Báwo ni olùkọ́ yín ?
12. Whose house is this? ----------------------------?
13. What is today? - ----------------------------?
14. Where is ours? - ----------------------------?

15. How is it, Kunle? - ----------------------?

16. ------------------------ - Èwo ni wón fẹ́?

17. ----------------------- - Ọmọ titani yẹn?

18. Which orange is yours? - ---------------------------?

19. Where is your house? - ------------------------?

20. -------------------------? – Kíni ó rí?

21. Níbo ni ẹ n lọ? - ………………………

22. Where are they? - ………………………………

23. What is his name? - ………………………………

24. When do you come? - ……………………………

25. Which is hers? - …………… tirẹ̀

OTHER FORMS OF PRONOUNS

Other forms of pronouns are these:

myself – arami

yourself – ararẹ

himself/herself – ararẹ̀

ourselves – arawa

themselves - arawọn

yourselves - arayín

Usages:

i. I know myself – Mo mò arami

ii. Mind yourselves - Ẹ sọ́ arayin

iii. Mind yourself – Sọ́ ararẹ.

iv. They see themselves - Wọn ri arawọn.

v. We love ourselves - A nífẹ́ẹ́ arawa.

vi. He likes himself - Ó fẹ́ràn ararẹ̀.

vii. I went by myself - Mo lọ fún arami.

BRAINWORK - IṢẸ́ ỌPỌLỌ

1. You {all} know yourselves - Ẹ --------------------------------?

2. She likes herself - ---

3. Who knows himself - ---

4. We see ourselves - ---

5. -- - Wọn nífẹ́ẹ́ arawọn

6. -- - Sọ́ ararẹ.

7. I mind myself - ------------------------------------

8. Where is theirs? - -------------------------------?

9. I love my school - ------------------------------------

10. Which book do you want? - ---------------------------?

12. -- - Tani olùkọ́ rẹ̀?

13 -- - Kíni orúkọ bàbá wọn?

14 -- - Àga titani yẹn?

15 Look at me - ------------------------------------

16 They go by themselves - --

Demonstrative Pronouns/Adjectives

Demonstrative pronouns usually comprise of *'this', 'these', 'that'* and *'those'*.

Singular	Plural
This – èyí; yìí	these – àwọn èyí *or* àwọn yìí
That – ìyẹn	those – àwọn ìyẹn *or* àwọn yẹn

Therefore:

    A child – ọmọ kan

    Children - àwọn ọmọ

    Two children - àwọn ọmọ méjì

    Five men - àwọn ọkùnrin marùn

    Ten boys - àwọn ọmọkùnrin mẹ́wàá

    Three girls – àwọn ọmọbìnrin mẹ́ta. etc.

> *'Awọn'* is the article used in Yoruba language to show ún

Lets go back to the demonstrative pronoun/instances:

Singular - Ẹyọ	**Plural - Ọ̀pọ̀**
see *this* - wò èyí.	see *these* - Wò èyí/yìí.
eat *that* - jẹ ìyẹn.	eat *those* - jẹ àwọn yẹn.
see *this woman* - wò obìnrin yìí.	see *these women* - Wò àwọn obìnrin yìí.

BRAINWORK - IṢẸ́ ỌPỌLỌ

1. olùkọ́ ọ̀kan - _____

2. Two legs - _____

3. Ten heads - _____

4. Four people - _____

5. Àwọn ilé yẹn - _____

6. See these children - _____

7. Ilé yẹn, tiwa ni - _____

8. Whose book is that? - _____

9. I like those bananas - _____

10. _____ - A mọ̀ àwọn ọkùnrin márùn ún yẹn.

11. They love these schools - _____

12. These five men know those ten boys - _____

13. What is this? - _____

14. He wants that girl - _____

15. Who is that child? - _____

16. These are ours - _____

17. This is ours - _____

18. How is your child? - _____

19. How_____ - Mèlòó ni àwọn ọsàn yẹn?

20. Which is theirs? - _____

21. Know yourself - _____

CHAPTER 6 – ORÍ KẸFÀ

TENSES

Before we learn tenses, we need to know some common verbs.

Vocabularies: [Some Verbs]

want – fẹ́

   write – kọ; kọ̀wé

   teach - kọ́

   learn – kẹ́kọ̀ọ́

   read – kà; kàwé

   cook - ṣè, dáná

   burn – jó; jóná

  dance - jó

sing - kọrin   [orin – song]

do – ṣé   [iṣẹ́ - work]

eat – jẹ/jẹun   [oúnjẹ - food]

drink - mu   [omi – water]

sit – jókòó

stand - dìde

sleep – sùn

wake [up] - jí

see – rí

know – mọ̀

forget – gbàgbé

remember - rántì

wear [or dress up] – wọ̀

wear [put on] – wọ̀ or dé; *[i.e. to put on cap – dé fìlà; to put on shoes – wọ̀ bàtà]*

undress – bọ́; bọ́ aṣọ

enter – wọlé

go out - jáde

resemble – jọ

pound- gún   *[pounded yam – iyán]*

sweep – gbálẹ̀

beat – lù

flog – nà

slap – gbá......létí   f.a. *slap Kenneth – gbá Keneti létí*

come – wá;   bọ̀ *[in continuous tense]*;   dé *[in perfect tense]*

go – lọ

watch – wò

listen – gbọ́

carry - gbé

wash – fọ́   to wash plate – fọ̀ àwo

break – fọ́; kán; ṣẹ́   [to break a cup – fọ́ ife; to break a chair leg = kán ẹsẹ̀ àga]

open –ṣí

close – pa…..dé   to close *door* – pa ìlẹ̀kùn dé; to close *your mouth* - pa ẹnu dé

lock – tì … pa

grind – lọ̀

cut - gé

stir – rò *or* tẹ̀   [to stir yam flour - rò àmàlà; to stir garri – tẹ̀ ẹ̀bà]

In this chapter, the forms of tenses to be treated are the future, simple, continuous, and perfect tense.

Unlike English, Yoruba language doesn't have past tense form. Past evnts are identified by adverbs like; *yesterday – ní àná; in the morning – ní ààrọ̀; not long ago – ní ẹ̀ẹ̀kan; in the afternoon – ní ọsán* etc

EXPRESSION OF "I WANT TO…"; "I WILL…" (FUTURE TENSE)

Two forms of future tenses in the format:

'…..want [to]' – '……..fẹ́'

'……will – '……..máa'

Examples – Àwọn Àpẹẹrẹ

I want or I want to - Mo fẹ́

I do not want /I do not want to – Èmi kò fẹ́

I want to sleep – Mo fẹ́ sùn

I do not want to sleep - Èmi kò fẹ́ sùn

I want rice – Mo fẹ́ ìrẹsì

I do not want rice - Èmi kò fẹ́ ìrẹsì

> COMPARE:
>
> I eat – Mo jẹun
>
> I do/did not eat - Èmi kò jẹun
>
> I will eat - Mo *máa* jẹ
>
> I will not - Èmi kò ni jẹ

IṢẸ́ ỌPỌLỌ

1. I want to eat garri - _____
2. I *will* sleep - _____
3. We want to go - _____
4. You all want rice – _____
5. Ó fẹ́ iyán - _____
6. Wọn fẹ́ sùn – _____
7. Ṣé wọn fẹ́ máa lọ? - _____
8. Kini wọn fẹ́ jẹ? - _____
9. Which does he want? - _____
10. He wants four cups of water - _____
11. We want our pot of soup - _____
12. Ẹ̀yin kò fẹ́ wa - _____
13. They do not want to drink water - _____
14. Ẹ̀yin kò fẹ́ wá – _____
15. What do they want? - _____

16. Emi kò fẹ́ gbálẹ́ – _____

17. What do they see? - _____

'....will' – '....máa'

I will.... – Mo máa .....

I will sleep - Mo *máa* sùn

I will not sleep - Èmi *kò ni* sùn

For instance – Fún àpẹẹrẹ:

    I will - Mo *máa* ......

    I will not - Èmi *kò ní* ....

        You will eat - O máa jẹun

    You will not eat – Ìwọ kò ni jẹun.

    Will you cook food? – Ṣé o maá ṣè oúnjẹ

    Will you not eat? - Ṣé ìwọ kò ní jẹun?

    I will not eat - Èmi kò ní jẹun

    We will pray -   A máa gbàdúrà

We will not pray – Àwa kò ní gbàdúrà

Where will they go? - Níbo ni wọn máa lọ?

No, I will not go – Rárá, èmi kò ní lọ.

IṢẸ́ ỌPỌLỌ

1. We will eat garri - _____
2. I will go - _____
3. O máa ṣè ọbẹ̀ – _____
4. Ó máa sùn - _____
5. Kíni wọn máa jẹ? - _____
6. Will you sit? - _____
7. We will not sit - _____
8. Wọn máa gbàdúrà - _____
9. Èmi kò ní gbàdúrà - _____
10. Where will she go? – _____
11. You all will not listen - _____
12. They will not sit – _____
13. Rárá, ìwọ kò ni jáde - _____

Use of 'can' - 'lè'

Usage – Lílò:

1. I can do it - Mo lè ṣe é.
2. I can't do it - Èmi kò lè ṣe e.
3. Who can know tomorrow? – Tani ó lè mọ̀ ọ̀la?
4. Only God can know - Olúwa nìkan lè mọ̀
5. Can you pound yam? – Ṣé o lè gún iyán
6. Because I can't put on shoes - Torípe èmi kò lè wọ bàtà.
7. Can Sam enter? - Ṣé Sam lè wọlé

IṢẸ́ ỌPỌLỌ

1. Mo lè jẹ ẹ - _____
2. He can't enter - _____
3. You all can wash plate - _____
4. Rebecca can go - _____
5. Òun kò lè gbá Kenneth létí - _____
6. Ṣé Sam lè gbálẹ̀

SIMPLE PRESENT TENSE

Fún àpẹẹrẹ:

She knows - Ó mọ̀

She does not know – Òun kò mọ̀

I know them – Mo mọ̀ wọn.

I don't know them - Èmi kò mọ̀ wọn.

We sweep - A gbálẹ̀

I eat beans - Mo jẹ ẹ̀wà

Who washes the plates? - Tani ó fọ̀ abọ́?

Who does not wash plates? - Tani kò fọ̀ abọ́?

They break plates - Wọn fọ́ abọ́

They do not break plates – Àwọn kò fọ́ abọ́

He saw your father – Ó rí bàbà rẹ

He did not see your father – Òun kò rí bàbà rẹ

She resembles her mother – Ó jọ ìyá rẹ̀

He saw his father - Ó rí bàbà rẹ̀

He did not see his father – Òun kò rí bàbà rẹ̀

Come and eat -   Wá jẹ/ Wá jẹun.

Don't come and eat - Má wà á jẹ.

Go and sleep - Lọ sùn.

Do not go and sleep – Má lọ sùn

Leave me – Fi mi sílẹ̀

Àkíyèsí:

The last two sentences are made without using pronouns. In such sentences, *'má'* instead of *'kò'* is used to show negativity of sentences.

Fún Àpẹẹrẹ:

    Come – Wá.   [positive statement]

    Do not come - Má wà á   [negative statement]

    Go and watch her - Lọ, wò ó   [positive statement]

    Don't go and watch her – Má lọ wò ó. [negative statement]

IṢẸ́ ỌPỌLỌ

1. Lọ, gún iyán - _____
2. They go to sleep - _____
3. Come and dance - _____
4. Don't come and dance - _____
5. Kọ orin – _____
6. Má wà á - _____

7. I do not know them – _____

8. They do not know him - _____

9. Tani ó fọ́ ìkòkò ọbẹ̀ – _____

10. You will eat beans - _____

11. Má fi mí sílẹ̀ – _____

12. Leave them - _____

SIMPLE PAST TENSE

As earlier stated, Yoruba language hasn't past form of tense.

Let's use some examples that have been cited before:

You <u>will</u> sleep – O *máa* sùn   *[present future]*

You <u>would</u> sleep – O *máa* sùn *[past future]*

They <u>want</u> to pound yam - Wọn fẹ́ gún iyán

They <u>wanted</u> to pound yam *yesterday*. - Wọn fẹ́ gún iyán *ni àná*.

I <u>can</u> do it – Mo lè ṣe é

I <u>could</u> do it – Mo lè ṣe é

We <u>write</u> – A kọwè

We wrote *in the morning* – À k͟oẁè *ni àárò̩*

Who co͟mes? – Tani ó w͟á?

Who ca͟me *in the afternoon*? – Tani ó w͟á *ni ò̩sán*?

Who ca͟me *this morning*? Tani ó w͟á *ni ò̩sán yìí*?

We sh͟ut the door *yesterday* - A t͟ì ìlè̩kùn *ni àná*.

IṢÉ̩ O̩PO̩LO̩

1. She does not know me - _____
2. He did not know me - _____
3. A jòkò ni àárò̩ yìí – _____
4. They would shut the door - _____
5. We cooked soup – _____
6. They went and watch him – _____
7. Mo rí i ni àná – _____
8. Tani ó wá ni àárò̩ – _____
9. Mo ṣè oúnje̩ - _____
10. O̩mo̩ ye̩n ko̩ orin ni ò̩sán - _____

11. You prepared garri - _____

CONTINUOUS TENSE

I sleep -   Mo sùn   [simple present]

I am sleep***ing*** - Mo ***n*** sùn

More examples are:

He is reading a book - Ó n kà ìwé kan.

He is not reading a book - Òun *kò* kà ìwé.

> In positive continuous tense *'coming'* = *'bọ̀'* and not *'wá'*
>
> While in the negative form, it remains *'wá'*

We are singing -   A n kọ orin

We are not singing - Àwa *kò* kọ orin

What are they doing? – Kini wọn n ṣe?

What are they not doing? Kini àwọn *kò* ṣe?

You were washing plates – O n fọ̀ àwo.

You were not washing plates –Ìwọ kò fọ̀ àwo.

IṢẸ́ ỌPỌLỌ

1. Positive: I am coming - Mo n bọ̀

   Negative: I am not coming - Èmi ……. Wá

2. Positive: Is she going? - Ṣé ó n lọ?

   Negative: - Ṣé òun ……… lọ?

3. Positive: You all are hearing me - Ẹ n _____

   Negative: You all are not hearing me - Ẹyin kò gbọ́ mi

4. Positive: They are watching him - Wọn n wò ó.

   Negative: They are not watching him - _____

5. We are cooking soup -

   _____

6. We were cooking soup yesterday -

   _____

7. The forth child is washing plates - Ọmọ ẹ̀kẹrin
   _____

8. O n ṣè ounjẹ - _____

9. Àwa kò ní jòkòó - _____

10. They are not eating - _____

11. Audu is not eating *amala* - _____

12. _____ - Christie n kọ orin.

One other form of continuous tense is of the format below:

Be /keep coming - máa bọ̀

Be /keep going - máa lọ

Be listening to me - máa gbọ́ mi

Don't be listening to him – má máa gbọ́ ọ

Be singing - máa kọ orin

Be closing the door - máa pa ìlẹ̀kùn dé

Don't be singing - má máa kọrin

IṢẸ́ ỌPỌLỌ

1. Be watching me - _____

2. Be cooking food - _____

3. Má máa sùn - _____

4. Máa fọ̀ àwo - _____

5. Be eating, do you hear - _____

6. Máa gbàdúrà – _____

7. Má máa jẹ gari – _____

8. Máa wò mi - _____

9. Do not be sitting down - _____

10. Be coming, I am going – _____

PERFECT/PARTICIPLE TENSE

In expressing perfect tense:

$$\text{'have/has/had = ti'}$$

NOTE – Àkíyèsí:

They go - Wọn lọ

They *are* going - Wọn *n* lọ

They went - Wọn lọ

I *have/had* gone - Mo *ti* lọ

I *have* come - Mo *ti* wá/dé

I have not come – Èmi *kò ti* wá/dé

Boma *has* known me – Boma *ti* mọ̀ mi.

Boma *has not* known me – Boma *kò ti ì* mọ̀ mi.

Your mother *has* cooked soup – Ìyá rẹ *ti* ṣè ọbẹ̀

They *have* eaten my orange – Wọn *ti* jẹ ọsàn mi

Chima *had* woken up – Chima *ti* jí

He *has not* worked today – Òùn *kò ti ì* ṣiṣẹ

I *have not* done it – Èmi *kò ti* ṣe é

Sunbo *had* opened the door – Sùnbọ̀ *ti* ṣi ìlẹ̀kùn

Luke *had* worked and slept – Luke *ti ṣiṣẹ́, ó ti* sùn

IṢẸ́ ỌPỌLỌ

1. Those men had gone – Àwọn ọkùnrin yẹn _____

2. Titi has known her – _____ mọ́ ọ̀

3. I have woken up – _____

4. Who has not come? – Tani _____
5. _____ – A ti gbàdúrà
6. Where have they swept? – _____
7. It has broken – Ó _____
8. Ìyá mi ti jó – _____ had danced
9. He has opened the pot of soup – _____
10. Amachree _____ – Amakiri kò ti mu omi
11. Ngozi _____ – Ngozi ti jẹun, ó ti lọ.

NOTE – Àkíyèsí:

In perfect tense,

'have/has/had' = 'ti' and are all used as auxillary verbs.

This usage should not be confused with their being used in showing what one possesses.

i.e. 'have/has/had' = 'ní'

For example – Fún àpẹẹrẹ:

1 Victor *has* one friend – Victor *ní* ọ̀rẹ́ kan
2 Their mother *had* a water pot – Màmá wọn *ní* ìkòkò omi
3 This school *has* thirteen pupils – Ilé ìwé yîì *ní* akẹ́kọ̀ọ́ mẹ́tàlá
4 How much *have* they? – Èló ni wọn *ní*?

5. I *have* N10 – Mo *ní* Náírà mẹ́wáà
6. I do not *have* N10 – Èmi kò *ní* Náírà mẹ́wáà
7. Who *has* two heads – Tani ó *ní* orí méjì?
8. King Solomon *had* money – Ọba Solomoni *ní* owó
9. You all *haven't* money – Ẹ̀yin kò ní owó

IṢẸ́ ỌPỌLỌ

1. My father has two schools – Bàbá mi _____

2. Tani ó ní owó? – _____

3. Henry has six rooms – _____

4. Èló ni mo ní – _____

5. Henry hasn't two heads – _____

6. Ẹ̀yin kò ni omi – _____

7. Our house has eleven doors –

8. King Solomon did not have money – _____

9. Wọn ní Ogún Náírà – _____

CHAPTER 7 – ORÍ KEJE

PREPOSITION

Vocabulary:

Home - Ilé/Ìdíle

man – ọkùnrin   boy – ọmọkùnrin

woman – obìnrin   girl – ọmọbìnrin

father – bábà   grandfather – bábà-àgbà

mother – ìyá   grandmother – ìyá-àgbà

parent – òbí

Bride/wife – ìyàwó

Bridegroom – ọkọ ìyàwó

husband – ọkọ

elder – ègbọ́n

elder brother – ègbọ́n ọkùnrin

younger – àbúrò obìnrin

younger brother – àbúrò ọkùnrin

elder sister – ègbọ́n obìnrin

person/somebody – èníyàn

room – yàrà

broom – ìgbálẹ̀

knife – ọ̀bẹ

soup – ọbẹ̀.

spoon – ṣíbí

pot – ìkòkò

water – omi

soup pot – ìkòkò ọbẹ̀

water pot – ìkòkò omi

seat – ìjòkó

chair – àga

table – tábílì

cloths – aṣọ

tops (shirts or jumper or captan) – ẹ̀wù

Trousers/shorts – ṣòkòtò

Blouse – bùbá

Wrapper – ìró

Entrance – ẹnu-ọ̀nà

Mortar – odó

Pestle – ọmọ-odó

Stirrer – orógùn

Stool – àpótí

Lamp – àtùpà

Preposition

A prepositions is a word that shows the position between two items.

The common prepositions are:

in/inside – inú

out/outside – ìta

before/infront – iwájú

back/behind/after – èhìn

side/beside – ègbé

under/beneath – abé

above/on/over – orì

corner – igun

up/on top – òkè.

down – ilè	(same with "ground"–ilè)

among/between – ààrin

from – láti

   about – nípa

   with – pèlú

   to – sí

at – ní

for – fún

after – kojá *(in telling the clock time)*

before – kù *(in telling the clock time)*

of – ti

N.B.

In the use of preposition in sentences:

'is', 'was', 'am, 'are', 'were' = wà

'is not', 'was not', 'are not', 'were not' = 'kò sí'

While, a Yòrùbà article *'ní'* is placed before the preposition in use, as given in the examples below:

Usage of Common Prepositions:

1. Father is in the room – Bàbá wà *ní inú* yàrá
2. Who was inside? – Tani ó wà *ní inú*?
3. Come out – Wà *ní íta*.
4. Be coming outside – Máa bò *ní íta*.

5. These men <u>are</u> *infront* of me – Àwọn ọkúnrin yìí <u>*wá ní iwájú*</u> mi

6. The bride *is* before the bridegroom – Ìyáwó *wá* ní iwájú ọkọ–ìyáwó

7. The parents stand <u>*behind/at the back*</u> – Àwọn òbì dúró *ní <u>ẹ̀hìn</u>*.

8. Stand *beside* us – Dúró ni ẹ̀gbẹ́ wa

9. The lamps *are* <u>under</u> the table – Àwọn àtùpà *wà* ní <u>abẹ́</u> tábìlì

10. The knife is *on* the table – Ọ̀bẹ wà *ní orí* tábìlì

11. Which is *beneath* the vehicle? – Èwo ni ó wà *ní abẹ́* ọkọ̀?

12. *After* some time – *Ní ẹ̀hìn* ìgbà díẹ̀

13. There is a broom *under* the vehicle – Ìgbálẹ̀ kàn *ní abẹ́* ọkọ̀.

14. Is it *outside* or *inside*? – Ṣé *ní ìta* ni tàbí *ní inú*?

15. The boy sat *between* his mother and father – Ọmọkùnrin náà jòkòó *ní àárin* ìyá bàbà àti rẹ̀.

16. Where are they *from*? – *Láti* ibo ni wọn ti wà?

17. He was coming *from* Lagos – Ó n bọ̀ *láti* Lagos.

18. Stand *up* – Dide *sí ókè*.

19. My younger brother lives *at* Opobo – Àbúrò mi ọkùnrin n gbé *ní* Opobo.
20. Tell me about God – Sọ fún mi *nípa* Ọlọ́run.
21. The stool is *at* the entrance – Àpótí wà ní ẹnu ọ̀nà.
22. The mortar is with the pestle – Odó wà pẹ̀lú ọmọ-odó.
23. Jesus *of* Nazareth – Jesu *ti* Nasarẹti.
24. Sit *behind* them – Jòkóò *ní ẹ̀hìn* wọn
25. The Lord is *with* me – Olúwa wà *pẹ̀lú* mi.
26. Stand *for* me – Duro *fún* mi.
27. Wait *for* me – Duro *dè* mi.

IṢẸ́ ỌPỌLỌ

1. The Lord is with them – _____
2. After some time, he slept – _____
3. Màmá wà ní inú ilé – _____
4. Don't come out – Má wà á _____
5. Be coming in front – _____
6. This man is behind me – _____
7. Ìyáwó wà ní ita – The wife _____

8. Our parents sit behind – _____
9. Àtùpà wà ní orí tábìlì – _____
10. Two men are under the table – Àwọn ọkùnrin mejí wà ni _____
11. Jòkòó ni ẹ̀gbẹ́ rẹ̀ – _____
12. The pestle was on the mortar _____
13. The girl is between the pot and broom – _____
14. Láti ilé yín – _____
15. I am coming from Aba – _____
16. Your elder sister is among them - _____
17. Dide ní ẹ̀hìn mi – _____
18. Jaja of Opobo – _____
19. We go to school – _____
20. How do you know about him? – Báwo ni o ṣe – _____
21. There is one spoon outside – _____
22. Sing for me, dance with me – _____

CHAPTER 8 – ORÍ KẸJỌ

CONJUNCTIONS

Conjunctions are words used to join two or more words or sentences together.

Common Conjunctions are:

and – àti

or – tàbi

either /whether /may be – bóyá

that – pé

but – sùgbọ́n

because – torí pé   (remember *"why"– torí kini"*)

when/while – nígbà tí

except – àfi; àyàfi

if – tí....bá

if not – tí ….. kò bá

until/till – títí di

where – ibi tí

what – ohun tí

which – èyí tí

why – ìdí tí

how – bí

not – ...kọ́; kì í ṣe

so – torí náà.

Usage – Lílò

1. Husand *and* wife – Ọkọ *àti* ìyàwó

2. You *or* him – Ìwọ *tàbí* òun

3. Either a Whiteman *or* an African – Bóyá Òyìnbó *tàbí* Ènìyàn dúdú

4. *May be* the younger *or* the elder sister – Bóyá àbúrò *tàbí* ẹ̀gbọ́n obìnrin

5. There is soup *but* no knife – Ọbẹ̀ wà *sùgbọ́n* kò sí ọbẹ.

6. May be a wrapper *not* a blouse – Bóyá ìró ni, bùbá *kọ́*

7. It is you not they – Ìwọ ni àwọn kọ́/Ìwọ ni *kì í ṣe* àwọn.

8. No trousers except jumper – Kò sí ṣòkòtò *àfi* ẹ̀wù

9. Daffe cried because his father died – Daffe sunkún *torípé* bàbà rẹ̀ kú

10. We didn't hear *until* yesterday – Àwa kò gbọ́ *títí di* àná

11. If you cry, mother will cry – Tí o bá sunkún, màmá máa sunkún.

12. If you do not cry, mother will sleep – Tí ìwọ kò bá sunkún, màmá máa sùn.

13. She saw him so she smiled – Ó rí i torí náà ó rẹ́rìn ín.

14. Uyo knew that I prayed – Uyo mọ̀ pé mo àdúrà

15. Uyo heard that I prayed – Uyo gbọ́ pé mo gbàdúrà.

Use of "Where", "What", "Which", "Why" and "How" As Conjunctions.

(Compare with their usages as Interrogative pronouns)

Usage – Lílò

1. Don't say *where* is he – Má sọ *ibi tí* ó wà.

2. Don't say *what* you don't know – Má sọ *ohun tí* ìwọ kò mọ̀.

3. She told me *why* she cried – Ó sọ fún mi *ìdí tí* ó fi sunkún.

4. Talk *while* you eat – Sọ̀rọ̀ *bí* o *tí* n jẹun.

5. Teach me *how* I can pray – Kọ́ mi *bí* mo ṣe lè gbàdúrà.

6. Show me *how* I can smile – Fihàn mi *bí* mo ṣe lè rẹ́rìn ín

7. Tell me *what* they want/like – Sọ fún mi *ohun* tí fẹ́.

8. They want *what* I know – Wọn fẹ́ *ohun tí* mo mọ̀

9. Harrison sleeps *while* I read – Harrison sùn *bí* mo *ti* n kà ìwé

IṢẸ́ ỌPỌLỌ

1. Jackie Chan or Bruce Lee? – _____
2. Ènìyàn dúdú àti Òyìnbò – _____
3. There is pot but no water – Ìkòkò wà, _____
4. I am, not she – _____
5. Maybe Charles is coming – _____
6. I am not singing until he will come – _____
7. Ìyàwó ti wá sùgbọ̀n ọkọ n bọ̀ – _____
8. Abdulkadir ni, Raymond kọ́ – _____
9. No wrapper except blouse – _____
10. We can dance because Don Moen is singing – ___
11. If you like me, tell me – _____
12. Tí wọn bá fẹ́, wọn máa sọ – _____
13. It is mine so I ate it – _____
14. Sanjay did not hear that I prayed – _____

15. Sọ ibi tí mo wà – _____
16. Máa sọ ohun tí o mọ̀ nipa mi – _____
17. You all did not say why you prayed – _____
18. Don't talk while you eat – _____
19. Teach me how to dance – _____
20. Stand up beside this boy – _____
21. Wá, gbọ́ ibi tí Ben lọ – _____
22. Talk to me – _____
23. Dance with her – _____
24. Tí àwa bá gbọ́, ìwọ máa mọ̀ – _____
25. Bóyá ní ọ̀sán tàbí ní ọ̀la – _____
26. I came because I want her – _____
27. Àwa kò ni sùn àyáfi kí wọn lọ – _____
28. Father, mother, the bride, the bridegroom and a girl – _____
29. If you come, I will dance – _____

CHAPTER 9 – ORÍ KẸSÀN ÁN
ADJECTIVES – ỌRỌ̀ AJÚWE

Adjectives are words which describes a noun.

Díẹ̀ ní inú wọn ni:

    good – dára, rere

    bad /evil/wicked – burú

    black *(object)* – dúdú

    dark *(complexion)* – dúdú

    dark *(space)* – ṣókùnkùn

    red *(object)* – pupa

    fair *(complexion)* – pupa

    beautiful – rẹwà

    ugly – búrẹwà

    tall – ga

    high – ga

    short – kúrú

    low – bẹ̀rẹ̀

    fat – sanra

    slender/slim *[in case of stature]* – tẹ́ẹ́rẹ́

    thin *[in case of object]* – tínrín

    big – tóbi

small/little – kéré   kékeré

many/much – pọ̀

new – tuntun

old – gbó, dàgbà

young – ọ̀dọ́

ripe – pọ́n

sweet – dùn *[Remember; "dun" is pronounced as "doon" and not "don" in English language]*

happy – inú ….dùn

sour – kan

sad – banújẹ́

wide – fẹ̀

expensive/scarce – wọ́n; ṣọ̀wọ́n

bitter – korò

full – kún

empty – ṣófo

cold – tútù

hot – gbóná

light *(weight)* – fúyẹ́

heavy *(in the case of weight)* – wúwo

great – nlá

far – jìnnà

near – súnmọ́

Colours – Àwọn Àwọ̀

Díẹ̀ ní inú wọn ni:

    White – funfun

    Black – dúdú

    Red – pupa

    Green – àwọ̀-ewé;

    Blue – òféèfé

    Yellow – àyìnrín

    Purple – aró; jẹ́lú

    Brown – ìlẹ̀pa; àwọ̀-ilẹ̀

    Golden – olómi-wúrà

Feelings – Ìmọ̀lára

Díẹ̀ ní inú wọn ni:

angry – bínú

happy – inú ….dùn

sad – banújẹ́

  bold – ni áyà

  coward – ní ojo

Lílo

1. Our house is far – Ilé wá jinnà
2. Come near me – Wá, súnmọ́ mi
3. Samson is bold –Samsoni ní áyà.
4. Mubarak is not bold – Mubarak kò ní áyà.
5. Saul is a coward – Saulu ní ojo
6. White cloth – Aṣọ funfun *[not funfun aṣọ]*
7. Honey is sweet – Oyin dùn
8. Is the drum empty? – Ṣé àgbá ṣófo?
9. Great person – Ènìyàn nlá

IṢÉ ỌPỌLỌ

1. Red cloth – _____
2. Our house is near – _____
3. Mo ga – _____
4. Ilé wọn bẹ̀rẹ̀ – _____
5. Àgbá ṣófo – The drum is _____
6. Omi tùtù – _____
7. Bournvita gbona – Bournvita _____
8. Is that girl fat? – Ṣé ọmọbìnrin yẹn _____?
9. This yoghurt is sour – Yógọ́ọ̀tì yìí _____
10. Ọmọ kékeré – _____
11. Go near her – _____

More Usage of Adjectives – Lílò Ọ̀rọ̀-Ajúwe Síwájú sí i:

1. The Lord is good but Satan is Evil – Olúwa dára sùgbọ́n Satani burú

2. My mother is dark – Ìyá mi dúdú

3. Charcoal is black – Èédú dúdú

4. Red (palm) oil – Epo pupa

5. Agbani is fair and beautiful – Agbani pupa, ó rẹwá.

6. Gorillas are ugly – Àwọn ìnàkì búrẹwà

7. High school (secondary or college) – Ilé ẹ̀kọ́-gíga

8. Yokozuna is fat and big – Yokozuna sanra, ó tóbi

9. Yokozuna's wife is slim and coward – Ìyàwó Yokozuna tẹ́ẹ́rẹ́, ó ni ojo

10. A short tree – Igi kúkurú kan

11. He is bold like a lion – O ní àyà bi kìnìún.

12. A new house and an old vehicle – Ile tuntun ati ọkọ̀ gbígbó

13. A young man can marry an old lady – Ọ̀dọ́ ọkùnrin lè fẹ arúgbó obinrìn

14. They are happy – Inú wọn dùn
15. They are not happy, they are sad – Inú wọn kò dùn, wọn banújẹ́
16. This land is not wide but expensive – Ilẹ̀ yìí kò fẹ̀ sùgbòn ó wọ́n
17. Cold water and hot pap – Omi tútù àti ògì gbígbóná
18. Acacia leaves are bitter – Àwọn ewé Kasíà korò.
19. Americans joy is full – Ayọ̀ Amẹrika kún
20. A bag of rice is light – Àpò ìrẹsì kan fúyẹ́
21. Yokozuna is a fat man – Yokozuna jẹ ènìyàn sìsanra

IṢẸ́ ỌPỌLỌ

1. Satan is evil but the Lord is good – _____
2. Ó ga sùgbọ́n ìyá rẹ̀ kúrú – He is _____ but his mother _____
3. Is my father fair? – Ṣé bàbá mi _____?
4. Maryam Babangida dúdú ó rẹwà – _____
5. Yokozuna is not thin – _____
6. Arúgbó obìnrin lè fẹ́ ọ̀dọ́ ọkùnrin – _____

7. Inú wa dùn – _____

8. Inú wa kò dùn – _____

9. Sampson is bold like a lion – _____

10. Zebra is not ugly but beautiful – Egbin kò búrẹwà sùgbọ́n ó _____

NOTE – Àkíyèsí:

1a. Water *is* hot – Omi gbóná

b. Hot water – Omi gbígbóná

2a. Mango is sweet – Mango dùn

b. Sweet mango – Mango dídùn

3a. Acacia is bitter – Kasia korò

b. Bitter acacia – Kasia kíkorò

4a. The *entrance* is high – Ẹnu ọ̀nà *náà* ga

b. High *entrance* – Ẹnu ọ̀nà gíga

From the above sentences the type "b" sentences are made by using the *"starting consonant"* with the letter *i*

For instance, the *"starting consonant"* of *"dùn"* is *"d"* therefore:

    dun becomes *dídùn*

        and

            korò becomes *kíkorò*

        etc.

IṣẸ ỌPỌLỌ

1. The load is heavy – Ẹrù _____
2. Heavy load – _____
3. Low house – _____
4. Ṣòkòtò títóbi – _____
5. Odó fẹ – _____
6. Ọmọ-odó gígùn – _____
7. The man is fat – _____
8. The mortar is not wide – _____

9. Ilé èkọ́-gíga – _____

10. Bitter food – _____

11. The oranges are sweet – Àwọn ọsàn _____

12. Expensive cloths – _____

HOW TO COMPARE TWO OR MORE THINGS

Positive	Comparative	Superlative
Tall – ga	taller – ga jù…. lọ	none
Fat – sanra	fatter – sanra jù ….lọ	none
Big – tóbi	bigger – tóbi jù ….lọ	none
	Etc.	

Lílo:

1. Haruna is fatter than *Gladys* – Haruna sanra jù *Gladys* lọ.

2. She is taller than *me* – Ó ga jù *mi* lọ

3. Reinhard was bigger than *him* – Reinhard tóbi jù u lọ

NOTE – Àkíyèsí:

If the sentence doesn't have object it will be in the form below:

For instance:

1. Haruna is fatter – Haruna sanra jù lọ.
2. Osinachi is the fattest. – Osinachi sanra jù lọ
3. Alli's house is more expensive than Odinaka's – Ilé Ali wọn jù ilé Odinaka lọ.
4. In the year 2002, Agbani Darego was the most beautiful – Ní ọdún 2002, Agbani Darego rẹwà jù lọ
5. Jacob loved Rachael more than Leah – Jakọbu nìfẹ́ẹ́ Rachael jù Leah lọ.
6. America is far, but heaven is farther – Amẹrika jìnnà sùgbọ́n ọ̀run jìnnà jù lọ.
7. Men are many but women are more – Àwọn ọkùnrin pọ̀ ṣùgbọ́n àwọn obìnrin pọ̀ jù lọ.
8. Men are not more than boys – Àwọn ọkùnrin kò pọ̀ jù àwọn ọmọkùnrin lọ.
9. It is heavy like metal – Ó wúwo bí irin
10. It is not heavy – Kò wúwo
11. Jacob did not love Rachael more than Leah – Jakọbu kò nìfẹ́ẹ́ Rakaẹli jù Leah lọ.
12. Men are not many – Àwọn ọkùnrin kò pọ̀

IṢẸ́ ỌPỌLỌ

1. Who is taller? – _____
2. Which is better? – _____
3. Danjuma lójo jù Amirat lọ – _____
4. Khadijat was older than Mohammed – _____
5. Garri yìí pọ̀ jù ṣúgà lọ – _____
6. Men are more than boys – _____
7. That orange is the sweetest – _____
8. Ilé funfun rẹwà jù ilé pupa lọ – _____
9. Tani ó gá jù lọ – _____

GLOSSARY

Some Common Verbs – Ọ̀rọ̀-Ìṣe

abuse – bú

accept/collect – gbá; tẹ́wọ́gbà

answer – dáhùn

be complete – parí

beg – bẹ̀, bẹ̀bẹ̀

begin – bẹ̀rẹ̀

bless – bùkún

break (e.g. breakable plates, plastics, clay objects) – fọ́

break (e.g. stick) – kán

bring – mú…..wá

build – kọ́

burn – jó; jóna

burn – sun

buy – rà; rajà

call – pè

carry – gbé

catch – gbá … mú

close – pa …. dé

collapse – wó

come – wá

come back/return – dé/padà

comfort/console – tù … nínú

cook – dáná; ṣè

cough – húkọ́

count – kà

create – dá

cry/weep – sunkún

curse – ṣépè   [curse – èpè]

cut – gé

dance – jó

deliver (baby) – bímọ

die – kú

dish out (to serve food) – bù

do – ṣe

drink – mu	leave (a place) kúró
eat – jẹ/jẹun	leave (to let go) – fi ..... sílẹ̀
end – parí	like – fẹ́ràn
enter – wọlé	live – wà láàye
fall – ṣubú	look – wò
fetch (water) – pọn	love – nifẹ̀ẹ́
flog – nà	offend – ṣẹ̀
follow – tẹ̀lé	open – ṣí
frown – rojú	praise – yìn
fry – dín	prostrate – dòbálẹ̀
give – fún	put on (cap) – dé cap/hat – fìlà
go – lọ; máa lọ	
go out – jáde	question/ask – bèèrè
greet – kí	read – kà
hate – kóríra	redeem – rà ... padà
hear – gbọ́	reject/refuse – kọ̀
help – ràn .... lọ́wọ́	resurrect – jínde
jump – fò	ridicule – fi ... ṣe yẹ̀yẹ́
kill – pa	roast – yan/sun
kneel – kúnlẹ̀	save – gbàlà
lead – ṣiwájú	say – sọ
learn – kẹ́kọ̀ọ́	see/find – rí

sell – tà; tajà

sew – rán

shift – sún

shout – pariwo ; kígbe

shut/lock – tì ….. pa

sieve – ṣẹ́

sit – jókòó

slap – gbá ….. létí

sleep – sùn

smile/laugh – rẹ́rìn ín

sneeze – sín

spit – tutọ́

spoil – bàjẹ̀

stand – dìde

stir – rò

sweep – gbá

take/agree – gbá

talk/speak – sọ̀rọ̀

tell – sọ fun ; wí fun

thank – dúpẹ́

think – ronú

tie (head tie) – wé headtie – gèlè

to run – sáré

understand – yé

use – lò

wake – jí

walk – rìn

wash – fọ̀

wear/put on (shoes or clothes) – wò

work – ṣe iṣẹ́ or ṣiṣẹ́

worship – jọ́sìn

wrap (wrapper) – ró

write – kọ; kọwé

Prepositions

Common Prepositions are:

about – nípa

    above/on/over – ní orì

after – kojá (in telling the clock time)

    among/between – ní ààrin

at – ní

    back/behind/after – ní ẹ̀hìn

before – kù (in telling the clock time)

    before/infront – ní iwájú

    corner – ní igun

    down – ní ilẹ̀   (derivative of "ground"–ilẹ̀)

for – fún

    from – láti

    in/inside – ní inú

    out/outside – ní ìta

    side/beside – ní ẹ̀gbẹ́

to – sí

    under/beneath – ní abẹ́

up/on top – ní òkè

with – pẹ̀lú

Adjectives

Some Common Adjectives

bad /evil/wicked – burú

beautiful – rẹwà

big – tóbi

bitter – korò

black/dark (complexion) – dúdú

cold – tutù

empty – sófo

expensive/ scarce – wọ́n; ṣọ̀wọ́n

fair (complexion) – pupa

far – jìnnà

fat – sanra

full – kún

good – dára, rere

great – nlá

happy – inú ….dùn

heavy (in the case of weight) – wúwo

high – giga

hot – gbóná

light – mọ́lẹ̀   (derivative of light-ìmọ́lẹ̀)

light (in the case weight) – fúyẹ́

low – bẹ̀rẹ̀

many/much – pọ̀

near – súnmọ́

new – tuntun

old – gbó, dàgbà

red – pupa

ripe – pón

sad – banújẹ́

short – kúrú

slender/slim [in case of stature] – tẹ́ẹ́rẹ́

small/little – kére;   kékeré

sour – kan

sweet –dùn [remember; "dun" is pronounced as "doon" and not "don" in English language]

tall – ga

thin [in case of object] – tírín

ugly – búrẹwà

wide – fẹ̀

young – òdó

Adjective [contd.] Colour – Àwọ̀

white – funfun

black – dúdú

red - pupa

green – àwọ̀-ewé

blue – òféèfé

yellow – àyìnrín

Adjectives [contd.] Feelings – Ìmọ̀lára

angry – bínú

happy – inú ….dùn

sad – banújẹ́

bold – ní áyà

coward – ní ojo

ABOUT THE AUTHOR

Adedamola Adedokun Olofa, a seasoned teacher in sciences and Yoruba language who has taught in several schools [both in primary and secondary] across Nigeria. He has flair for languages. He can speak English, Yoruba Hausa, Igbo as well as French languages at varied proficiency levels. He is a proficient translator and proofreader, with a bias for technical, medical, IT and legal resources.

He is among the linguists teams involved in various multi-national projects in Yoruba language, such as software localization of Sony Ericsson phones, Samsung TV & phone software localization and website localization of Google Nigeria and Microsoft Windows Live in Yoruba language. He is also a Target Language Expert (TLE) for the University of Oregon, Eugene Oregon USA
.

Printed in Great Britain
by Amazon